ਨਫਰਤ

ਗਰੀਬ ਇਨਸਾਨ

ਸੱਚ

ਮੇਰਾ ਪਿਆਰ,

ਮੇਰਾ ਯਾਰ

ਮੇਰਾ ਸਤਿਕਾਰ ਓਹੀ ਏ

ਜੋ ਸੱਚਾ ਹੈ ,

ਮੈਂ,

ਕੱਲਾ ਹਾਂ,

ਕਿਉਂ ਕਿ ਸੱਚ ਬਸ,

ਮੌਤ ਹੈ

ਗਰੀਬ ਇਨਸਾਨ

ਵ਼ਕਤ

ਮਾੜਾ ਵ਼ਕਤ ਸੀ ਤਾਹੀ ਤੁਸੀਂ ਸ਼ੱਡ ਗਏ

ਜੇ ਚੰਗਾ ਹੁਣ ਸਭ ਨਾਲ ਹੁੰਦੇਂ,

ਦਰਦ ਤਾ ਹੈ ਦਿਲ ਚ

ਪਰ ਖੁਸ਼ ਹਾਂ

ਤੇਰੇ ਫਿਤਰਤ ਦਾ ਪਤਾ ਜੋ ਲੱਗ

ਗਿਆ,

ਗਰੀਬ ਇਨਸਾਨ

ਜਨਮ

ਮੁਕੰਮਲ ਹਾਂ ਮੈਂ ਜੇ ਤੂੰ ਰਹਿਬਰ ਬਣੇ ਮੇਰਾ
ਮੁਕੰਮਲ ਏ ਜ਼ਿੰਦਗੀ ਜੇ ਸਾਥ ਹੋਵੇ ਤੇਰਾ..!

ਇਸ ਜਨਮ ਨਹੀਂ ਕਿਸੇ ਹੋਰ ਜਨਮ ਸਹੀ
ਕੋਲ ਹੋ ਕੇ..ਨਾ ਦੂਰ
ਅਸੀਂ ਮਿਲਾਂਗੇ ਜ਼ਰੂਰ..!!

ਤੈਨੂੰ ਹੀ ਮੰਜ਼ੂਰ ਵਫ਼ਾਈ ਸੱਜਣਾ

ਕੀਤੀ ਕਿਉਂ ਬੇਵਫ਼ਾਈ ਸੱਜਣਾ

ਤੇਰਾ ਹੱਸਣਾ ਰੁਲੇਨਾ

ਸਭ ਮਨਜ਼ੂਰ

ਇਸ ਜਨਮ ਨਹੀਂ ਕਿਸੇ ਹੋਰ ਜਨਮ ਸਹੀ

ਕੋਲ ਹੋ ਕੇ..ਨਾ ਦੂਰ

ਅਸੀਂ ਮਿਲਾਂਗੇ ਜ਼ਰੂਰ..!!

ਗਰੀਬ ਇਨਸਾਨ

ਦੁਨੀਆਂ ਦਾਰੀ ਵਿੱਚ ਹਰ ਬੰਦਾ, ਅਪਣਾ ਫ਼ਾਇਦਾ ਲੱਭੇ

ਦੁਨੀਆਂ ਦਾਰੀ ਵਿੱਚ ਹਰ ਬੰਦਾ, ਅਪਣਾ ਫ਼ਾਇਦਾ ਲੱਭੇ ।
ਸੌ ਦੇ ਚੱਕਰ ਵਿੱਚ ਪੈ ਜਾਵੇ, ਜਦ ਬਣ ਜਾਵਣ ਨੱਬੇ ।

ਰੂਪ ਜਵਾਨੀ ਅਤੇ ਸੁਹੱਪਣ, ਮੂੰਹ ਧੋਇਆਂ ਨਹੀਂ ਲਹਿੰਦਾ,
ਇਕਨਾਂ ਨੂੰ ਨਾ ਜਚਦਾ ਰੇਸ਼ਮ, ਇਕ ਨੂੰ ਖੱਦਰ ਫੱਬੇ ।

ਗੁਣਗੀਣਾਂ ਖਾਵਣ ਵਾਲੇ ਨੂੰ, ਫ਼ਰਕ ਨਹੀਂ ਕੁੱਝ ਪੈਂਦਾ,
ਢਿੱਡੀਂ ਪੀੜਾਂ ਹੋਵਣ ਜੀਹਨੇ, ਕੱਚੇ ਛੋਲੇ ਚੱਬੇ ।

ਨੰਦਾ ਨੈਂ ਦਿਨ, ਨੰਦੇ ਦੇ ਨੈਂ, ਲੇਖਾ ਇੱਕੋ ਜੇਹਾ,
ਮੰਜੀ 'ਤੇ ਸਿਰ ਕਿਧਰੇ ਕਰ ਲਓ, ਲੱਕ ਆਉਂਦਾ ਏ ਗੱਭੇ ।

ਖ਼ੌਰੇ ਇਸ ਨੂੰ ਕਿਹੜਾ ਦੁੱਖ ਹੈ, ਕਿਸ ਗੱਲ ਦਾ ਪਛਤਾਵਾ,
ਯਾਰੋ ਇਸ ਨੂੰ ਪਿਆਰ ਕਰੋ ਜੇ, ਕਿਤੇ 'ਦੀਵਾਨਾ' ਲੱਭੇ ।

ਗਰੀਬ ਇਨਸਾਨ

ਤੇਰੀਆਂ ਯਾਦਾਂ ਦੇ ਵਿਚ ਮੈਨੂੰ

ਤੇਰੀਆਂ ਯਾਦਾਂ ਦੇ ਵਿਚ ਮੈਨੂੰ

ਵੇਖ ਕੇ ਗੁੰਮਸੁੰਮ

ਠੰਡੀ ਸੀਤ ਹਵਾ ਤੇ ਝੋਲੇ

ਮੇਰੀ ਖੁੱਲ੍ਹੀ ਡਾਇਰੀ ਦੇ

ਉਲਟ ਪੁਲਟ ਕੇ ਸਾਰੇ ਪੰਨੇ

ਰੁਕ ਗਏ ਆਣ ਦਸੰਬਰ ਤੇ

ਪੜ੍ਹ ਕੇ ਹੱਸੀ ਸੀਤ ਹਵਾ

ਮੁੜ ਮੈਨੂੰ ਤੱਕ ਕੇ ਰੋਂਦੀ ਰਹੀ

ਕੁੱਝ ਵੀ ਨਹੀਂ ਸੀ ਇਕੋ ਜਿਹਾ

ਮੈਂ ਜੋ ਲਿਖਿਆ ਧਰਤੀ ਤੇ

ਰੱਬ ਜੋ ਲਿਖਿਆ ਅੰਬਰ ਤੇ

ਗਰੀਬ ਇਨਸਾਨ

ਛੱਲਾ

ਛੱਲਾ ਮਿਲਿਆ,

ਕੀਮਤੀ,

ਮੈਂ ਚੁਮ ਚੁਮ ਰੱਖਦਾ ਹਂ,

ਓਹਨਾ ਆਪ ਪਾਇਆ ਉਂਗਲੀ

ਚ

ਮੈਂ ਓਹਨਾ ਬਾਰ ਬਾਰ ਤੱਕਦਾ ਹਂ

ਛੱਲਾ ਮਿਲਿਆ,

ਕੀਮਤੀ,

ਮੈਂ ਚੁਮ ਚੁਮ ਰੱਖਦਾ ਹਂ,

ਗਰੀਬ ਇਨਸਾਨ

ਗਰੀਬ ਇਨਸਾਨ

ਜੋਤ ਖੇਲਦਾ ਨਹੀਂ ਜਜਬਾਤਾਂ ਨਾਲ

ਮੈਂ ਮਾਸੂਨ ਇਨਸਾਨ ਹਂ

ਪੈਸਾ ਬਹੁਤ ਰੱਬ ਬਖਸ਼ਿਆ,

ਮੈਂ ਕਿਸਮਤ

ਤੋਂ

ਗਰੀਬ ਇਨਸਾਨ ਹਂ

ਗਰੀਬ ਇਨਸਾਨ

ਮੈਂ

ਜਿਓਂਦਾ ਹਂ ਇਕ ਇਨਸਾਨ ਲਈ ਓਹਨੂੰ,

ਪਿਆਰ ਆਖ ਬੁਲਾਵਾ

ਓਹਤੋਂ ਬਿਨਾ ਮੇਰਾ ਕੋਈ

ਓਹਨੂੰ ਕਿਨਜ ਬੁਲਾਵਾ,

ਓਹਨੂੰ ਦਸਣਾ ਬੱਸ ਇਹ ਕਿ

ਕਿ ਕਰਨਾ ਜੀ ਕੇ, ਤੇਰੇ ਬਿਨਾ ਰੱਹ ਕੇ

ਕੋਈ ਪੁੱਛੇ ਜੇ ਮੈਨੂੰ ਇਹ ਹੁੰਦਾ ਏ ਕੀ

ਬਿਆਨ ਕਰਾਂ ਇਸ਼ਕ ਨੂੰ ਮੈਂ ਨਾਮ ਤੇਰਾ ਲੈ ਕੇ..!!

ਖੁਸ਼ੀਆਂ ਦਰਦ ਤੇ ਹੰਝੂ ਸਭ ਇੱਕੋ ਜਿਹੇ ਲੱਗਦੇ ਨੇ

ਸਭ ਭੁੱਲ ਜਾਂਦਾ ਏ ਅਨੋਖੇ ਰਾਹਾਂ 'ਚ ਪੈ ਕੇ..!!

ਕੋਈ ਪੁੱਛੇ ਜੇ ਮੈਨੂੰ ਇਹ ਹੁੰਦਾ ਏ ਕੀ

ਬਿਆਨ ਕਰਾਂ ਇਸ਼ਕ ਨੂੰ ਮੈਂ ਨਾਮ ਤੇਰਾ ਲੈ ਕੇ..!!

   ਗਰੀਬ ਇਨਸਾਨ

Greeb insaan psc

ਨਫਰਤ

ਨਫਰਤ ਹੈ ਮੈਨੂੰ ਯਾਰ ਤੋਂ,

ਝੂਠੇ ਵੇਹਾਰ ਤੋਂ,

ਨਫਰਤ ਹੈ ਰੱਬ ਤੋਂ

ਤੁਹਾਡੇ ਸੱਬ ਤੋਹ,

ਨਫਰਤ ਹੈ ਪਿਆਰ ਤੋਂ ,

ਪਿਆਰ ਦੇ ਜਹਾਨ ਤੋਂ,

ਨਫਰਤ ਹੈ ਇਨਸਾਨ ਤੋਂ

ਉਸ ਬੇਈਮਾਨ ਤੋਂ,

ਨਫਰਤ ਹੈ ਪੁੱਠੇ ਜੱਬ ਤੋਂ,

ਆਪਣੀ ਰੱਬ ਤੋਂ,

ਗਰੀਬ ਇਨਸਾਨ

ਆਪਣੀਆਂ ਨੇ ਸਿਖਾਇਆ,

ਆਪਣੀਆਂ ਨੇ ਸਿਖਾਇਆ,

ਕੋਈ ਆਪਣਾ ਨਹੀਂ ਹੁੰਦਾ ,

ਜੇ ਕੋਈ ਹੁੰਦਾ ਕੋਈ ਕੱਲਾ ਨੀ ਰੋਂਦਾ,

ਦਰਦ ਵੀ ਓਹੀ ਦਿੰਦੇ ਆ ਜਿਨ੍ਹਾਂ ਦਾ ਮੈਂ

ਆਪਣਾ,

ਯਾਦ ਆਇਆ,

ਆਪਣੀਆਂ ਨੇ ਸਿਖਾਇਆ,

ਕੋਈ ਆਪਣਾ ਨਹੀਂ ਹੁੰਦਾ ,

      ਗਰੀਬ ਇਨਸਾਨ

12 ਵਜੇ

12 ਵਜੇ ਉੱਠਣ ਵਾਲਾ ਹੁਣ

ਸੌਂਦਾ ਹੀ ਨਹੀਂ,

ਨਿਕੀ ਗੱਲ ਤਾਈ ਆਸੂ ਜੇਦੇ ਆਉਂਦੇ

ਉਹ ਰੋਂਦਾ ਹੀ ਨਹੀਂ,

ਸਇਦ ਬਿਮਾਰ ਹੈ ਉਹ

ਸਇਦ ਨਾਰਾਜ਼ ਹੈ ਉਹ,

ਕਿਸੀ ਤਾਹਿ ਯਕੀਨ ਲੈਂਦਾ ਹੀ ਨਹੀਂ

12 ਵਜੇ ਉੱਠਣ ਵਾਲਾ ਹੁਣ

ਸੌਂਦਾ ਹੀ ਨਹੀਂ,

ਗਰੀਬ ਇਨਸਾਨ

ਯਾਰਾਂ

ਯਾਰਾਂ ਤੂੰ ਚੇਤੇ ਉਨਾ ਏ

ਪਰ ਵਾਪਸ ਆਉਂਦਾ ਨੀ

ਤੂੰ ਬਹੁਤ ਸਤਾਉਿਆ ਏ

ਪਰ ਹਸਾਉਂਦਾ ਨਹੀਂ

ਤੂੰ ਚਲਾ ਜਨਾ ਏ

ਮੁੜ ਆਉਂਦਾ ਨੀ'

ਯਾਰਾਂ ਤੂੰ ਚੇਤੇ ਉਨਾ ਏ

ਪਰ ਵਾਪਸ ਆਉਂਦਾ ਨੀ

ਗਰੀਬ ਇਨਸਾਨ

ਬੇਵਫਾ

ਕਈ ਨਹੀਂ ਯਾਦ ਕਰਤਾ ਵਫਾ ਕਰਨੇ ਵਲੋਂ ਕੇ ਜਹਾਂ

ਮੇਰੀ ਮਾਨੇ ਬੇਵਫਾ ਹੋ ਜੋਂ ਜਮਨਾ ਯਾਦ ਰੱਖੇਗਾ

ਕੋਣ ਖਤਾ ਖਾਏ ਇਸ ਇਸ਼ਕ ਮੋਂ

ਧੋਖਾ ਦੇ ਏ ਇਨਸਾਨ

ਤੁਝਏ ਖੁਦਾ ਯਦ ਰੱਖੇਗਾ

ਕੋਈ ਨਹੀਂ ਯਾਦ ਕਰਤਾ ਵਫਾ ਕਰਨੇ ਵਲੋਂ ਕੇ ਜਹਾਂ

ਮੇਰੀ ਮਾਨੇ ਬੇਵਫਾ ਹੋ ਜੋਂ ਜਮਨਾ ਯਾਦ ਰੱਖੇਗਾ

ਕੋਣ ਮਾਰੇ ਇਸ ਇਨਸਾਨ ਕੋ

ਜੋ ਨਫਰਤ ਮੈ ਭੀ ਪਿਆਰ ਯਾਦ ਰੱਖੇਗਾ

ਕੋਈ ਨਹੀਂ ਯਾਦ ਕਰਤਾ ਵਫਾ ਕਰਨੇ ਵਲੋਂ ਕੇ ਜਹਾਂ

ਮੇਰੀ ਮਾਨੇ ਬੇਵਫਾ ਹੋ ਜੋਂ ਜਮਨਾ ਯਾਦ ਰੱਖੇਗਾ

ਗਰੀਬ ਇਨਸਾਨ

ਗ਼ਲਤੀ

ਯਾਦ ਆਈ ਅੱਜ ਜ਼ਿੰਦਗੀ ਦੀ

ਸੱਭ ਤੋਂ ਵੱਡੀ ਗ਼ਲਤੀ

ਕਿ ਸੀ ਉਹ

ਸੀ ਕੋਈ ਖੇਲ

ਨਹੀਂ

ਸੀ ਉਹ ਪਿਆਰ

ਮੈਂ ਬਾਣਾ ਬੈਠਾ ਇਕ ਯਾਰ

ਸੋਹਣਾ ਮਾਹੀ ਦਿਲ ਦਾਰ

ਮੇਰੀ ਜ਼ਿੰਦਗੀ ਦਾ ਇਕ ਪਲ

ਤੇ ਮੇਰਾ ਉਮਰਾਂ ਦਾ ਇਹਸਾਨ

ਕਿ ਸੀ ਉਹ

ਖੇਲ

ਕ

ਪਿਆਰ

ਬਸ ਜ਼ਿੰਦਗੀ ਹੈ ਚਲਦੀ

ਯਾਦ ਆਈ ਅੱਜ ਜ਼ਿੰਦਗੀ ਦੀ

ਸੱਭ ਤੋਂ ਵਡੀ ਗ਼ਲਤੀ

ਗਰੀਬ ਇਨਸਾਨ

ਪਿਆਰ

ਉਹ ਕਹਿੰਦੀ ਤੈਨੂੰ

ਪਿਆਰ ਨਹੀਂ ਕਰ ਸਕਦੀ

ਅੱਖਾਂ ਚ ਆਸੂ

ਸੀ,

ਤਾਈ ਕਹਤਾ ਲੈ

ਤਾ ਸਕਦੀ ਆ

ਗਰੀਬ ਇਨਸਾਨ

ਹ਼ਕੀਕ਼ਤ -ਏ -ਜ਼ਿੰਦਗੀ ,

ਲਬੋ ਕ ਹਾਂਸੀ ਕੋ ਨਾ ਸਮਝ ਹ਼ਕੀਕ਼ਤ -ਏ -ਜ਼ਿੰਦਗੀ ,

ਦਿਲ ਮੈਂ ਉਤਾਰ ਕੇ ਦੇਖ ਕਿਤਨੇ ਟੂਟ ਹੁਏ ਹੈਂ ਹਮ .●

ਲਬੋ ਕ ਹਾਂਸੀ ਕੋ ਨਾ ਸਮਝ ਹ਼ਕੀਕ਼ਤ -ਏ -ਜ਼ਿੰਦਗੀ ,

ਦਿਲ ਮੈਂ ਉਤਾਰ ਕੇ ਦੇਖ ਕਿਤਨੇ ਟੂਟ ਹੁਏ ਹੈਂ ਹਮ .●

ਗਰੀਬ ਇਨਸਾਨ

ਏ ਜ਼ਿੰਦਗੀ ਤਾਂ ਠੋਕਰਾਂ ਦੀ ਗੁਲਾਮ

ਏ ਜ਼ਿੰਦਗੀ ਤਾਂ ਠੋਕਰਾਂ ਦੀ ਗੁਲਾਮ ਐ

ਖਾ ਖਾ ਠੋਕਰਾਂ, ਠੇਢੇ ਲਵਾਉਣਾ ਹੁਣ ਆਮ ਐ

ਜਿੱਥੇ ਪਿਆਰ ਦਾ ਹੁੰਦਾ ਕਤਲੇਆਮ ਐ

ਤੇ ਬੇਵਫਾਈ ਦਾ ਮਿਲਦਾ ਇਨਾਮ ਹੈ

ਏ ਜ਼ਿੰਦਗੀ ਤਾਂ ਠੋਕਰਾਂ ਦੀ ਗੁਲਾਮ ਐ

ਨਿੱਕੀ ਨੱਕੀ ਗੱਲ ਤੇ ਲੋਕਾਂ ਦੇ ਮਨਾਂ 'ਚ ਇੰਤਕਾਮ ਐ

ਬੰਦਾ ਬੰਦੇ ਦੀ ਚੜ੍ ਵੇਖ ਸੜਦਾ

ਭਾਂਵੇ ਅੱਗੇ ਵੱਜਦੇ ਸਲਾਮ ਐ

ਜਿੱਥੇ ਖੁਦਾ ਮੰਦਿਰਾਂ ਚ ਰੁਲਦਾ ਤੇ ਪੈਸਾ ਰਾਮ ਹੈ

ਏ ਜ਼ਿੰਦਗੀ ਉਸ ਦੁਨਿਆ ਦੀ ਗੁਲਾਮ ਐ

ਪਿਆਰ 'ਚ ਵੱਜਦੀ ਸੱਟ, ਤੇ ਹੱਥਾਂ ਚ ਜਾਮ ਐ

ਭਰ ਕਿਤਾਬਾਂ ਆਰਫ਼ਾਨਾ ਕਲਾਮ, ਬਣਿਆ ਪਿਆਰ ਦਾ ਅਮਾਮ ਐ

ਇਹ ਜ਼ਿੰਦਗੀ ਵੀ ਕਾਹਦੀ ਜ਼ਿੰਦਗੀ

ਜੋ ਠੋਕਰਾਂ ਦੀ ਗੁਲਾਮ ਏ

ਪਰ ਗਗਨ ਦੀ ਕਲਮ ਯਾਰ ਦੀ ਗੁਲਾਮ ਐ

ਲਿਖਦੀ ਉਹਨੂੰ ਇਕ ਪੇਗਾਮ ਐ

ਕਿ ਤੈਨੂੰ ਹੱਥ ਜੋੜ ਪਰਨਾਮ ਹੈ

ਤੈਨੂੰ ਦਿਲੋਂ ਦੁਆ ਸਲਾਮ ਹੈ

ਏਹਿਓ ਸਾਡੀ ਜ਼ਿੰਦਗੀ ਦਾ ਮੁਕਾਮ ਹੈ.........

ਬੋਲਦੀ ਏ ਤੂੰ

ਦ ਮੈਂ ਰਾਤ ਨੂੰ ਜਾਗਾਂ

ਮੇਰੀ ਅੱਖ ਵਿੱਚ ਸਾਉਂਦੀ ਏ ਤੂੰ

ਜਦ ਮੈਂ ਤੈਨੂੰ ਚੇਤੇ ਕਰਾਂ

ਮੇਰੇ ਕੰਨਾਂ ਵਿੱਚ ਗਾਉਂਦੀ ਏ ਤੂੰ

ਜਿਵੇਂ ਨਵ-ਜੰਮੇ ਨੂੰ ਲੋਰੀ ਸੁਣਾਉਂਦੀ

ਅਰਸ਼ਾਂ ਦੀ ਕੋਈ ਰੂਹ

ਮੇਰੀ ਸ਼ਾਇਰੀ ਵਿੱਚ ਮੈਂ ਨੀ ਬੋਲਦਾ

ਬੋਲਦੀ ਏ ਤੂੰ

ਗਰੀਬ ਇਨਸਾਨ

ਦਰਦ

ਤੂੰ ਹੀ ਦਰਦ ਹੈ ਤੇ ਤੂੰ ਹੀ ਮਰਹਮ

ਐ ਇਸ਼ਕ ਤੇਰੇ ਵੀ ਰਸਤੇ ਅਨੋਖੇ ਨੇ

ਗਰੀਬ ਇਨਸਾਨ

ਕਦੇ ਕਦੇ

ਕਦੇ ਕਦੇ ਤਾਂ ਇੰਝ ਵੀ ਕਰਨਾ ਪੈਂਦਾ ਏ ।

ਹੱਥੀਂ ਮਹੁਰਾ ਖਾ ਕੇ ਮਰਨਾ ਪੈਂਦਾ ਏ ।

ਬੇਚ ਕੇ ਅਪਣੇ ਜੁੱਸੇ ਦਾ ਲਹੁ ਕਦੇ ਕਦੇ,

ਆਟੇ ਵਾਲਾ ਪੀਪਾ ਭਰਨਾ ਪੈਂਦਾ ਏ ।

ਲਹੁ ਦਾ ਹੋਵੇ ਭਾਵੇਂ ਦਰਿਆ ਭਾਂਬੜ ਦਾ,

ਆਪਣੀ ਮੰਜ਼ਲ ਦੇ ਲਈ ਤਰਨਾ ਪੈਂਦਾ ਏ ।

ਕਦੇ ਕਦੇ ਤਾਂ ਮਾਣ ਕਿਸੇ ਦਾ ਰੱਖਣ ਲਈ,

ਚਿੱਟੇ ਬੱਦਲਾਂ ਨੂੰ ਵੀ ਵਰੁਨਾ ਪੈਂਦਾ ਏ ।

ਵਿਚ ਹਿਆਤੀ ਇੰਝ ਦੇ ਮੋੜ ਵੀ ਆਉਂਦੇ ਨੇ,

ਦੁਸ਼ਮਣ ਦਾ ਵੀ ਪਾਣੀ ਭਰਨਾ ਪੈਂਦਾ ਏ ।

   ਗਰੀਬ ਇਨਸਾਨ

ਮੁੰਹੋ

ਬੰਦੇ ਦਾ ਇੱਕ ਪਿਆਰ ਹੀ ਛੇਤੇ ਰਹਿ ਜਾਂਦਾ

ਇਸ ਦੁਨੀਆਂ ਤੋਂ ਹੋਰ ਕੋਈ ਕੀ ਲੈ ਜਾਂਦਾ

ਬਾਹਰ ਕੱਫਣ ਤੋਂ ਖ਼ਾਲੀ ਹੱਥ ਸਿਕੰਦਰ ਦੇ

ਜਾ ਸਕਦਾ ਕੁੱਝ ਨਾਲ ਤਾਂ ਸੱਚੀ ਲੈ ਜਾਂਦਾ

ਤੁਰਿਆ ਫਿਰਦਾਂ ਪਿੱਛੇ ਕਿਸੇ ਦੀ ਤਾਕਤ ਹੈ

ਜਿੰਨੇ ਝੱਖੜ ਝੁੱਲੇ ਕੱਦ ਦਾ ਢਹਿ ਜਾਂਦਾ

ਉਸ ਤੋਂ ਨਾ ਇਹਸਾਨ ਕਰਾਵੀਂ ਭੁੱਲ ਕੇ ਵੀ

ਓ ਚਾਹ ਦਾ ਕੱਪ ਵੀ ਓਹਦਾ ਮਹਿੰਗਾ ਪੈ ਜਾਂਦਾ

ਕਿਸੇ ਨੂੰ ਦਿਲ ਵਿੱਚ ਰਹਿਣ ਲੀ ਬਸ ਜਗਾ ਦਿਉ

ਓਹ ਹੋਲੀ ਹੋਲੀ ਤੁਹਾਡੀਆਂ ਜੜ੍ਹਾਂ ਚ ਬਹਿ ਜਾਂਦਾ

ਗੁਰਵਿੰਦਰ ਤੇਰੇ ਵਿੱਚ ਨੁਕਸ ਤਾਂ ਹੋਵੈਗੇ

ਓ ਐਵੇਂ ਨੀ ਕੋਈ ਕਿਸੇ ਦੇ ਮੁੰਹੋ ਲਹਿ ਜਾਂਦਾ.....

   ਗਰੀਬ ਇਨਸਾਨ

Greeb insaan psc